Impressum
Verlag: BABADADA GmbH, Nedderfeld 112 , 22529 Hamburg
Geschäftsführer / Verlagsleitung: Harald Hof
Druck: Books on Demand GmbH, In de Tarpen 42, 22848 Norderstedt

Imprint
Publisher: BABADADA GmbH, Nedderfeld 112 , 22529 Hamburg, Germany
Managing Director / Publishing direction: Harald Hof
Print: Books on Demand GmbH, In de Tarpen 42, 22848 Norderstedt, Germany

mokykla

trường học

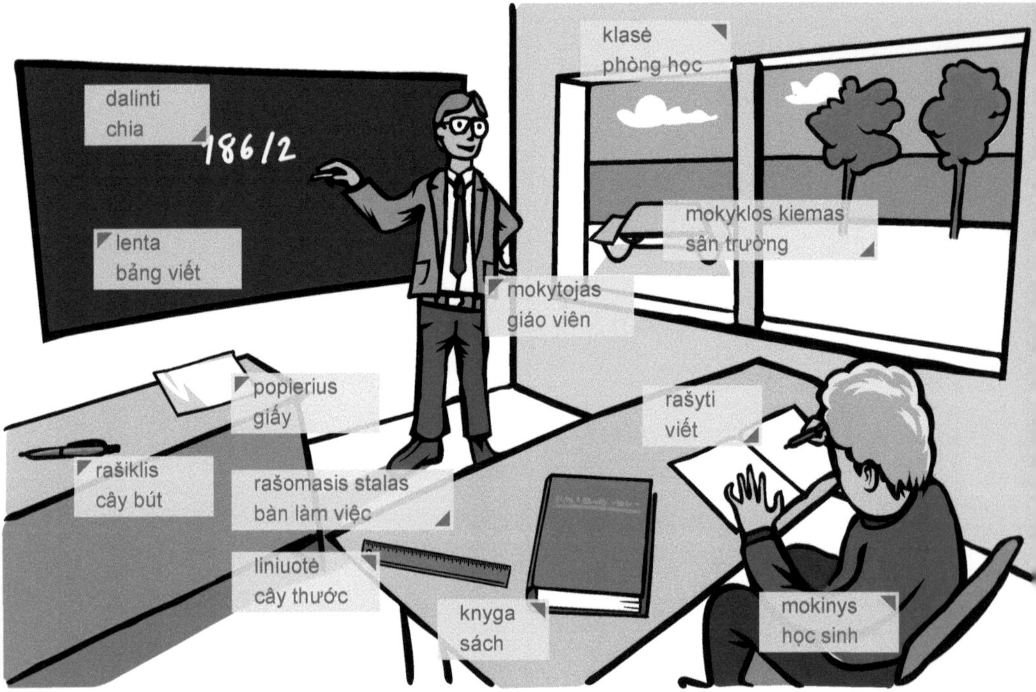

klasė
phòng học
dalinti
chia
186/2
lenta
bảng viết
mokyklos kiemas
sân trường
mokytojas
giáo viên
popierius
giấy
rašyti
viết
rašiklis
cây bút
rašomasis stalas
bàn làm việc
liniuotė
cây thước
knyga
sách
mokinys
học sinh

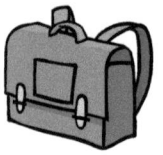

kuprinė

cặp đeo vai học sinh

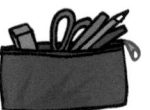

penalas

hộp đựng bút

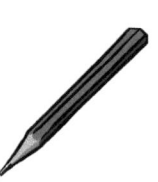

pieštukas

bút chì

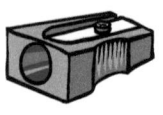

drožtukas

cái gọt bút chì

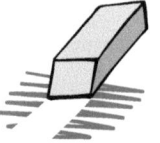

trintukas

cục tẩy

piešimo bloknotas

tập giấy vẽ

piešinys

bản vẽ

teptukas

cọ vẽ

dažų dėžutė

hộp mực vẽ

žirklės

cây kéo

klijai

keo dán

vadovėlis

sách bài tập

namų darbai

bài tập ở nhà

numeris

số

pridėti

cộng

atimti

trừ

dauginti

nhân

skaičiuoti

tính toán

raidė

chữ cái

abėcėlė

bảng chữ cái

žodis

từ

tekstas

văn bản

skaityti

đọc

kreida

phấn viết

pamoka

bài học

dienynas

sổ lớp

egzaminas

thi kiểm tra

pažymėjimas

chứng chỉ

mokyklinė uniforma

đồng phục học sinh

išsilavinimas

giáo dục

enciklopedija

từ điển bách khoa

universitetas

đại học

mikroskopas

kính hiển vi

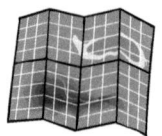

žemėlapis

bản đồ

šiukšliadėžė

thùng rác giấy

kelionė
du lịch

viešbutis
khách sạn
Grand
svečių namai
nhà trọ
ROOMS
valiutos keitykla
quầy đổi tiền
lagaminas
va li
mašina
xe ô tô

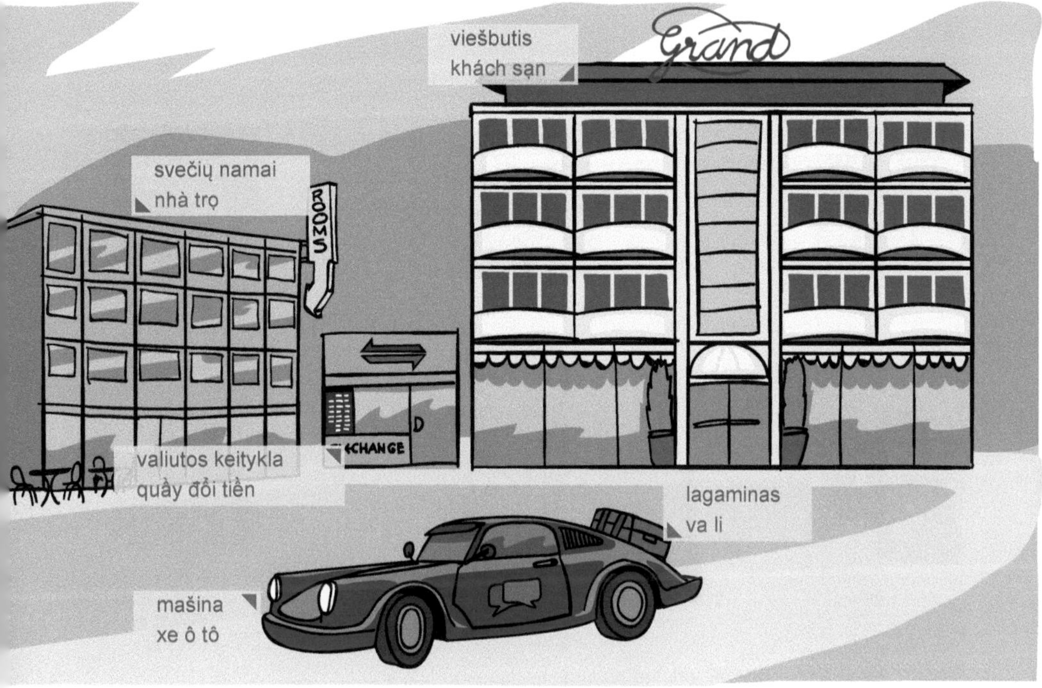

kalba

ngôn ngữ

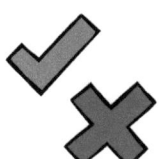

taip / ne

có / không

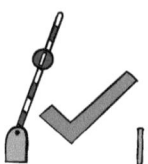

Gerai

ô kê

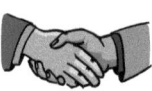

sveiki

Xin chào

vertėjas raštu

thông dịch viên

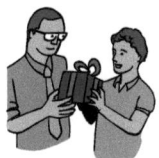

Ačiū

cám ơn

kiek kainuoja...?

... bao nhiêu tiều?

aš nesuprantu

tôi không hiểu

problema

vấn đề

Labas vakaras!

Xin chào! (buổi tối)

Labas rytas!

xin chào! (buổi sáng)

Labos nakties!

chúc ngủ ngon!

viso gero

tạm biệt

kryptis

hướng đi

bagažas

hành lý

krepšys

túi xách

kuprinė

túi ba lô

svečias

khách

kambarys

phòng

miegmaišis

túi ngủ

palapinė

lều

turizmo informacija

thông tin du lịch

paplūdimys

bãi biển

kreditinė kortelė

thẻ tín dụng

pusryčiai

ăn sáng

pietūs

ăn trưa

vakarienė

ăn tối

bilietas

vé xe

liftas

thang máy

pašto ženklas

tem bưu điện

siena

biên giới

muitinė

hải quan

ambasada

đại sứ quán

viza

thị thực

pasas

hộ chiếu

transportas
vận chuyển

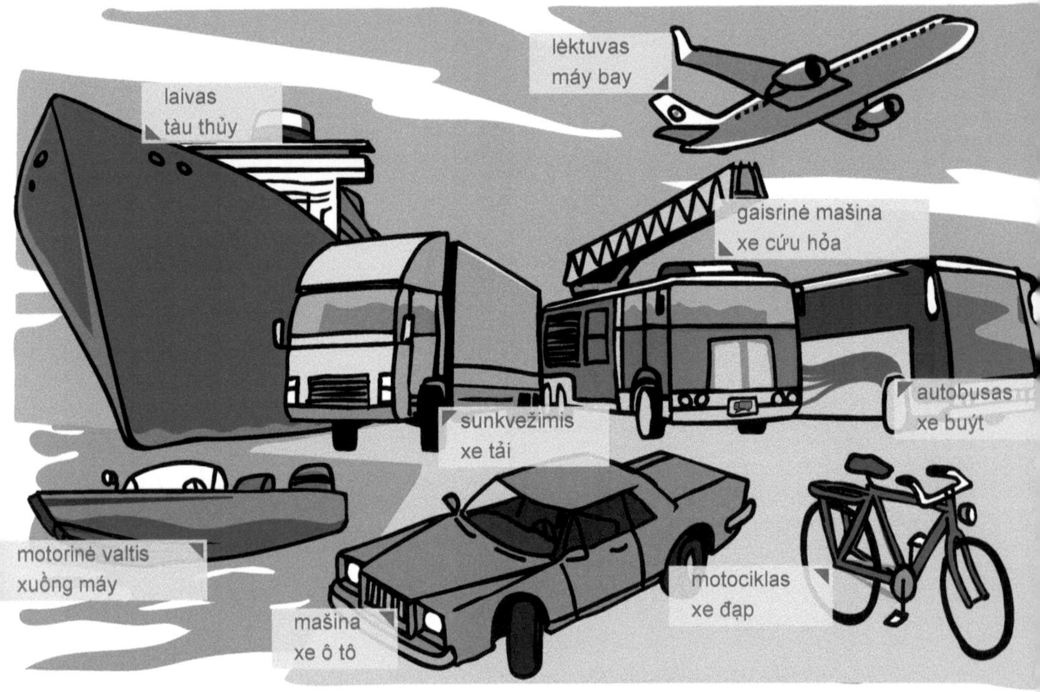
lėktuvas
máy bay
laivas
tàu thủy
gaisrinė mašina
xe cứu hỏa
autobusas
xe buýt
sunkvežimis
xe tải
motorinė valtis
xuồng máy
motociklas
xe đạp
mašina
xe ô tô

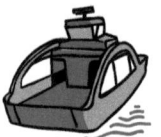

keltas
phà

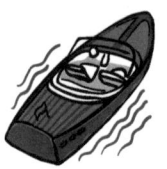

valtis
xuồng

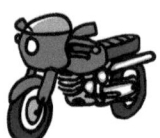

mopedas
xe máy

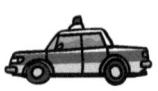

policijos automobilis
xe cảnh sát

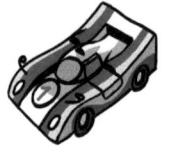

lenktyninis automobilis
xe đua

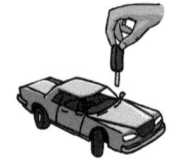

nuomojamas automobilis
xe cho thuê

bendras automobilio
naudojimas
·················
dịch vụ thuê xe tự lái

techninės pagalbos
automobilis
·················
xe kéo cứu hộ

šiukšliavežė
·················
xe rác

variklis
·················
động cơ

degalai
·················
xăng

degalinė
·················
trạm xăng

kelio ženklas
·················
biển báo giao thông

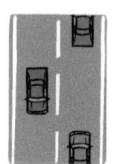

eismas
·················
giao thông

eismo spūstis
·················
ách tắc giao thông

mašinų stovėjimo aikštelė
·················
bãi đậu xe

traukinių stotis
·················
nhà ga

bėgiai
·················
đường ray

traukinys
·················
xe lửa

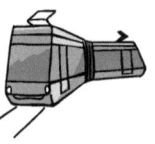

tramvajus
·················
tàu điện

vagonas
·················
toa xe

sraigtasparnis

máy bay trực thăng

oro uostas

sân bay

bokštas

tháp

keleivis

hành khách

konteineris

côngtenơ

dėžė

thùng các-tông

vežimėlis

xe đẩy

krepšys

cái giỏ

pakilti / nusileisti

cất cánh / hạ cánh

miestas

thành phố

kaimas

làng

miesto centras

trung tâm thành phố

namas

nhà

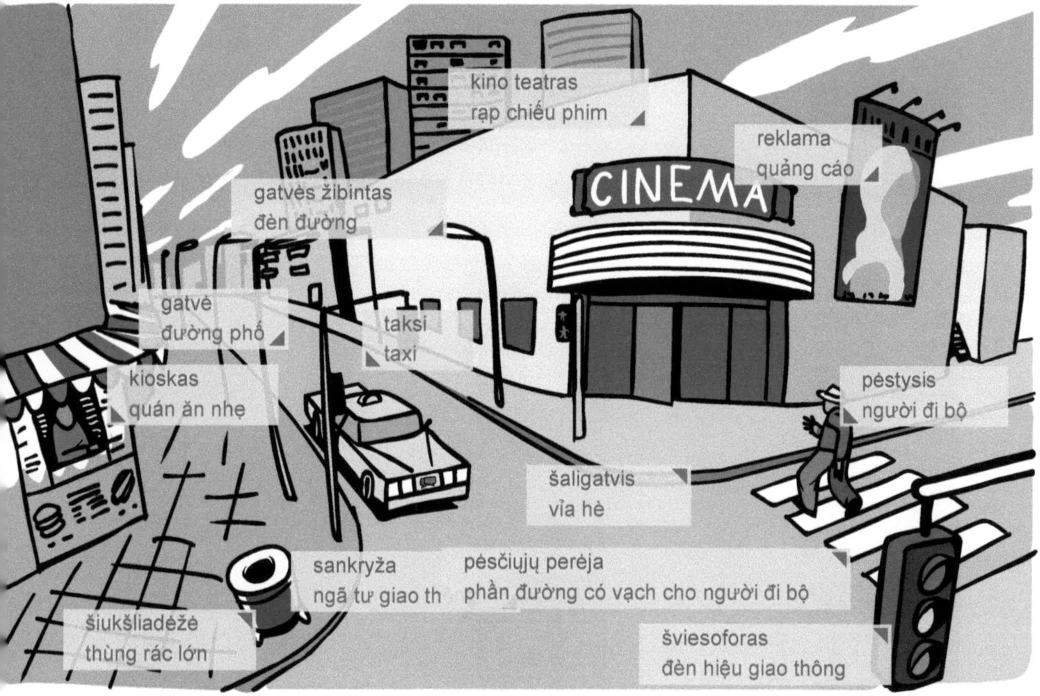

kino teatras
rạp chiếu phim

reklama
quảng cáo

gatvės žibintas
đèn đường

CINEMA

gatvė
đường phố

taksi
taxi

kioskas
quán ăn nhẹ

pėstysis
người đi bộ

šaligatvis
vỉa hè

sankryža
ngã tư giao th

pėsčiųjų perėja
phần đường có vạch cho người đi bộ

šiukšliadėžė
thùng rác lớn

šviesoforas
đèn hiệu giao thông

trobelė
nhà chòi

butas
căn hộ

traukinių stotis
nhà ga

rotušė
tòa thị chính

muziejus
viện bảo tàng

mokykla
trường học

universitetas

đại học

bankas

ngân hàng

ligoninė

bệnh viện

viešbutis

khách sạn

vaistinė

hiệu thuốc

biuras

văn phòng

knygynas

hiệu sách

parduotuvė

cửa hiệu

gėlių parduotuvė

cửa hiệu bán hoa

prekybos centras

siêu thị

turgus

chợ

universalinė parduotuvė

cửa hàng bách hóa

žuvies parduotuvė

người bán cá

prekybos centras

trung tâm mua bán

uostas

bến cảng

parkas
công viên

suoliukas
ghế băng

tiltas
cầu

laiptai
cầu thang

metro
tàu điện ngầm

tunelis
đường hầm

autobusų stotelė
trạm xe buýt

baras
quán bar

restoranas
khách sạn

lauko pašto dėžutė
hòm thư công cộng

kelio ženklas
bảng hiệu đường

parkomatas
đồng hồ đậu xe

zoologijos sodas
vườn bách thú

baseinas
bể bơi

mečetė
nhà thờ Hồi giáo

ūkininko ūkis

nông trại

tarša

ô nhiễm môi trường

kapinės

nghĩa trang

bažnyčia

nhà thờ

žaidimų aikštelė

sân chơi

šventykla

ngôi đền

kraštovaizdis
phong cảnh

lapas
lá cây

kelio rodyklė
bảng chỉ đường

kelias
lối đi

pieva
bãi cỏ

akmuo
hòn đá

medis
cây

ėjikas
người đi bộ đường dài

upė
sông

žolė
cỏ

gėlė
bông hoa

slėnis

thung lũng

kalva

đồi

ežeras

hồ nước

miškas

rừng

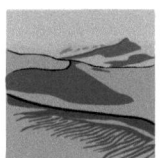

dykuma

sa mạc

ugnikalnis

núi lửa

pilis

lâu đài

vaivorykštė

cầu vồng

grybas

nấm

palmė

cây cọ

uodas

con muỗi

musė

con ruồi

skruzdėlė

con kiến

bitė

con ong

voras

con nhện

vabalas

bọ cánh cứng

varlė

con ếch

voverė

con sóc

ežys

con nhím

kiškis

con thỏ

pelėda

con cú

paukštis

con chim

gulbė

thiên nga

šernas

heo rừng

elnias

con hươu

briedis

nai sừng tấm

užtvanka

đê

vėjo jėgainė

tuabin gió

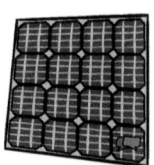

saulės baterija

tấm năng lượng mặt trời

klimatas

khí hậu

restoranas
khách sạn

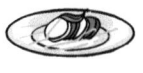

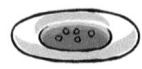

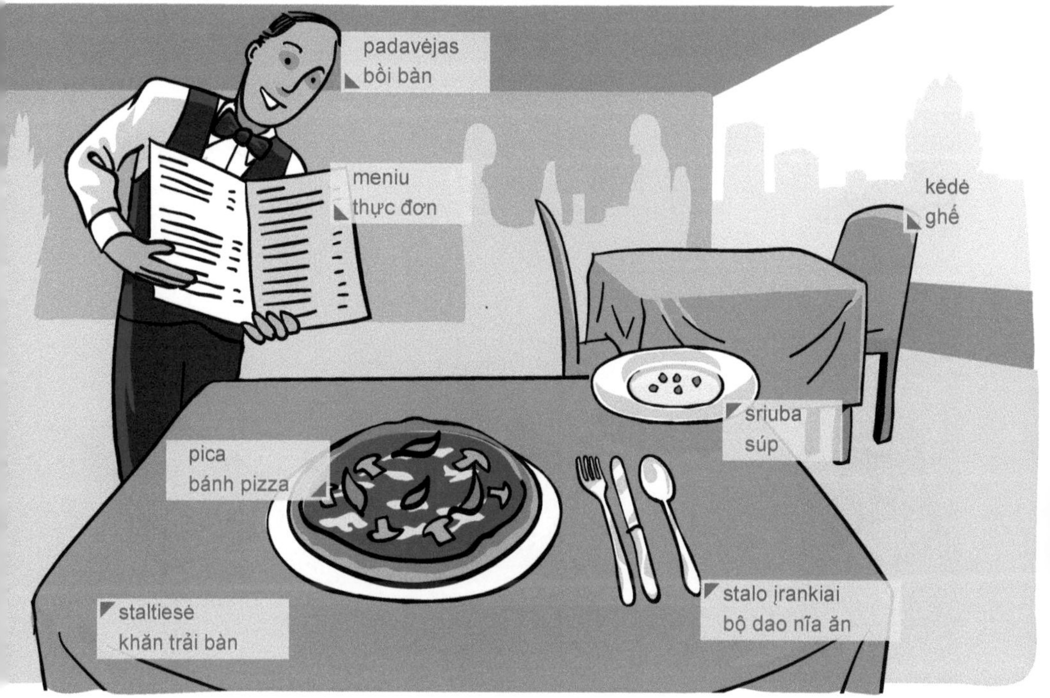
padavėjas
bồi bàn
meniu
thực đơn
kėdė
ghế
sriuba
súp
pica
bánh pizza
staltiesė
khăn trải bàn
stalo įrankiai
bộ dao nĩa ăn

užkandis

món ăn khai vị

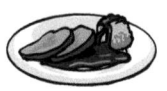

pagrindinis patiekalas

món ăn chính

desertas

món tráng miệng

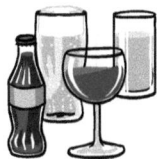

gėrimai

thức uống

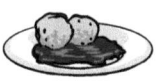

maistas

thức ăn

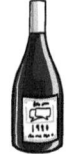

butelis

cái chai

greitai pateikiamas maistas

thức ăn nhanh

gatvės maistas

thức ăn đường phố

arbatinukas

ấm trà

cukrinė

hộp đường

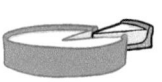

porcija

khẩu phần

espreso aparatas

máy pha espresso

aukšta kėdė

ghế cao

sąskaita

hóa đơn

padėklas

khay

peilis

dao

šakutė

nĩa

šaukštas

thìa

arbatinis šaukštelis

thìa uống trà

servetėlė

khăn ăn

stiklinė

cốc thủy tinh

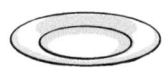

lėkštė

đĩa

sriubos lėkštė

đĩa súp

padėklas

đĩa lót cốc

padažas

nước sốt

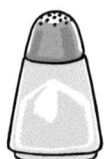

druskinė

lọ muối

pipirų malūnėlis

cái xay tiêu

actas

giấm

aliejus

dầu

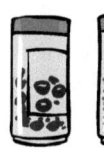

prieskoniai

gia vị

kečupas

nước xốt cà chua

garstyčios

tương hạt cải

majonezas

nước sốt mayonnaise

prekybos centras
siêu thị

specialus pasiūlymas
chào giá đặc biệt
FOR
pirkėjas
khách hàng
pieno produktai
sản phẩm từ sữa
vaisiai
trái cây
troleibusas
xe đẩy mua sắm

BUTCHERS

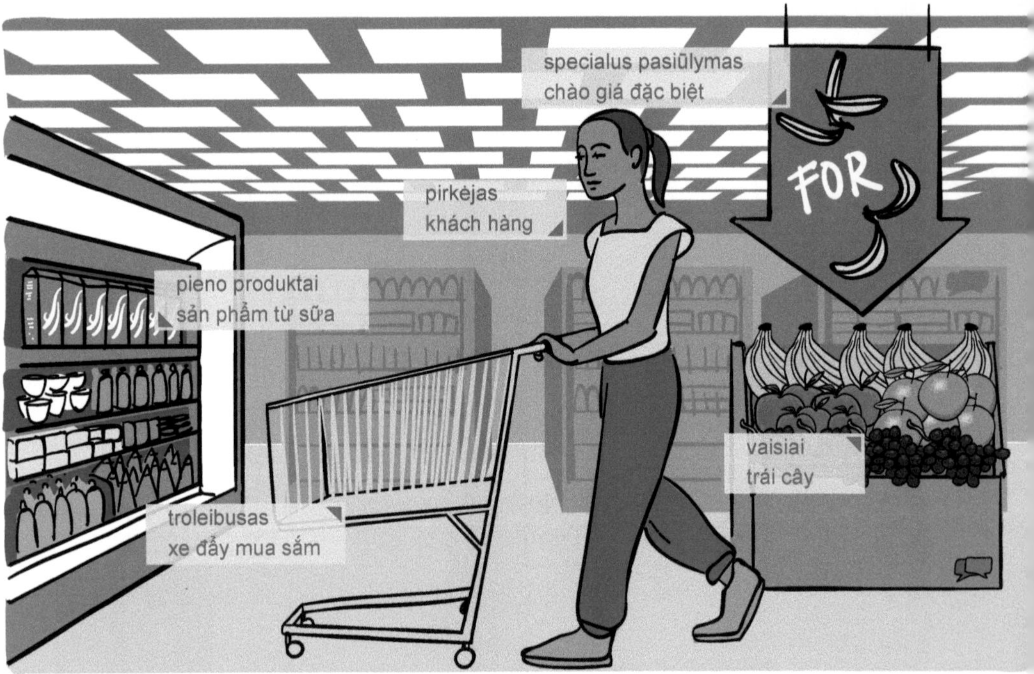

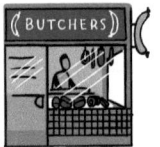

mėsos parduotuvė

lò mổ

BAKERY

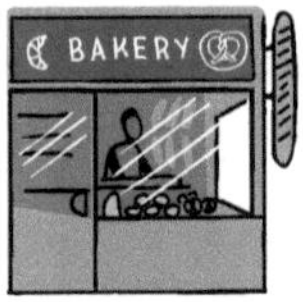

kepykla

cửa hiệu bán bánh mì

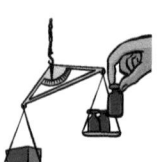

sverti

cân nặng

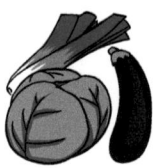

daržovės

rau quả

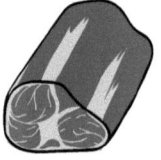

mėsa

thịt

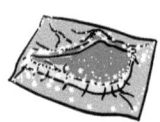

šaldytas maistas

thức ăn đông lạnh

šalti mėsos užkandžiai

lát thịt nguội

konservai

đồ hộp

skalbimo milteliai

bột giặt

saldumynai

đồ ngọt

ūkinės prekės

sản phẩm dùng trong gia đình

valymo priemonės

chất tẩy rửa

pardavėja

người bán hàng

kasos aparatas

quầy trả tiền

kasininkas

nhân viên thu ngân

pirkinių sąrašas

danh sách mua sắm

darbo valandos

giờ mở cửa

piniginė

ví tiền

kreditinė kortelė

thẻ tín dụng

maišelis

túi đeo

plastikinis maišelis

túi ny lông

vanduo

nước

sultys

nước quả ép

pienas

sữa

kola

coca-cola

vynas

rượu vang

alus

bia

alkoholis

cồn

kakava

cacao

arbata

trà

kava

cà phê

espresas

espresso

kapučinas

cappuccino

bananas

chuối

obuolys

quả táo

apelsinas

quả cam

arbūzas

dưa hấu

citrina

chanh

morka

cà rốt

česnakas

tỏi

bambukas

tre

svogūnas

củ hành

grybas

nấm

riešutai

hạt dẻ

makaronai

mì

spagečiai

mì spaghetti

ryžiai

cơm

salotos

xà lách

traškučiai

khoai tây chiên

keptos bulvės

khoai tây chiên

pica

bánh pizza

mėsainis

bánh hamburger

sumuštinis

bánh mì sandwich

pjausnys

thịt côtlet

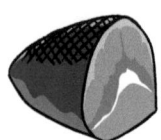

kumpis

thịt giăm bông

saliamis

xúc xích

dešrelė

dồi

vištiena

gà

kepsnys

rán

žuvis

cá

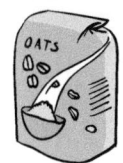

avižų dribsniai

cháo yến mạch

dribsniai su priedais

cháo muesli

kukurūzų dribsniai

bánh bột ngô nướng

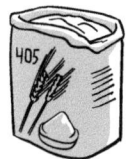

miltai

bột mì

prancūziškasis ragelis

bánh sừng bò

bandelė

bánh mì

duona

bánh mì

skrebutis

bánh mì nướng

sausainiai

bánh bích quy

sviestas

bơ

varškė

sữa đông

tortas

bánh ngọt

kiaušinis

trứng

kiaušinienė

trứng rán

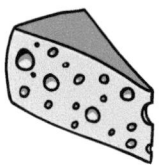

sūris

pho mát

ledai

kem

cukrus

đường

medus

mật ong

uogienė

mứt

tepamas šokoladas

kem nougat

karis

cà ri

ūkininko ūkis
nông trại

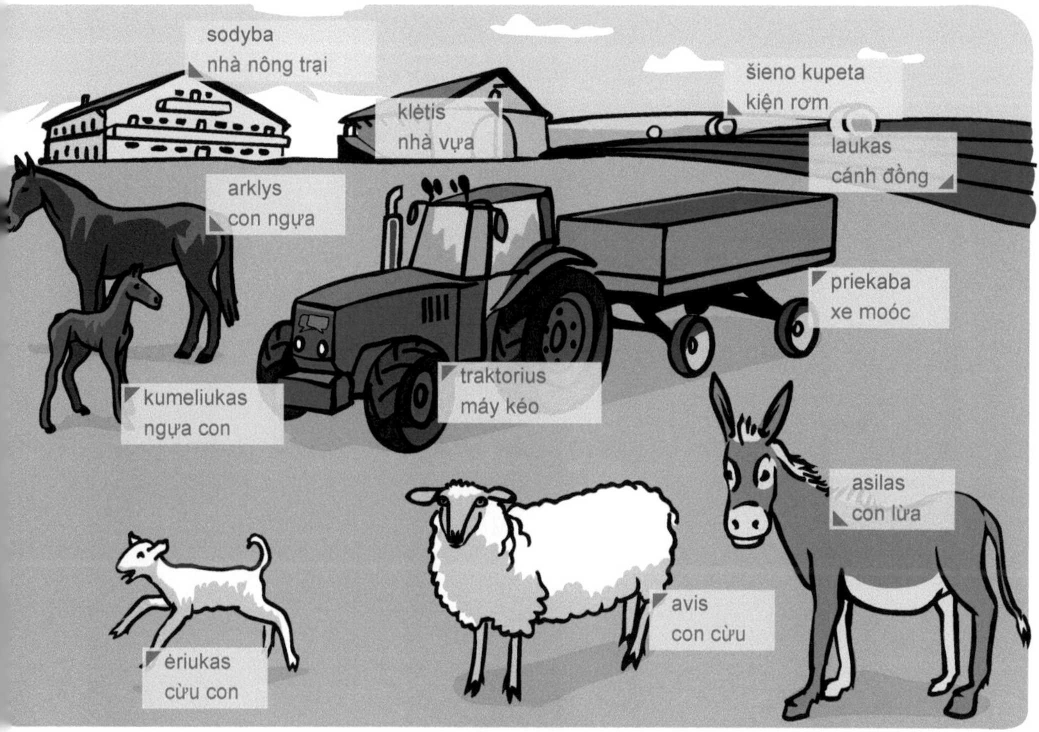

sodyba
nhà nông trại
klėtis
nhà vựa
šieno kupeta
kiện rơm
laukas
cánh đồng
arklys
con ngựa
priekaba
xe moóc
traktorius
máy kéo
kumeliukas
ngựa con
asilas
con lừa
avis
con cừu
ėriukas
cừu con

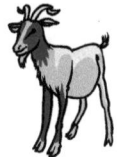

ožys
con dê

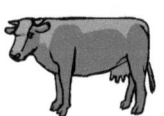

karvė
con bò

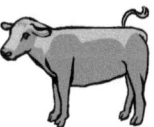

veršis
con bê

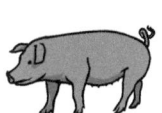

kiaulė
con lợn

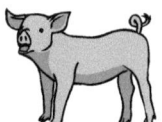

paršelis
lợn con

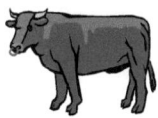

bulius
bò đực

žąsis

con ngỗng

antis

con vịt

viščiukas

gà con

višta

gà mái

gaidys

gà trống

žiurkė

con chuột

katė

mèo

pelė

chuột nhắt

jautis

bò đực

šuo

con chó

šuns būda

nhà chuồng chó

sodo namas

ống tưới vườn cây

laistytuvas

thùng tưới cây

dalgis

lưỡi hái

plūgas

cái cày

pjautuvas
cái liềm

kauptukas
cái cuốc

šakės
cái chĩa

kirvis
cái rìu

statinė
xe cút kít

lovys
máng ăn

bidonas
lọ sữa

maišas
bao tải

tvora
hàng rào

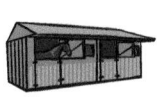

arklidė
chuồng

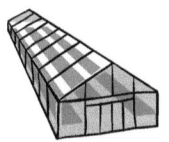

šiltnamis
nhà kính trồng cây

dirva
đất trồng

sėkla
hạt giống

trąšos
phân bón

kombainas
máy gặt đập liên hợp

rinkti

thu hoạch

derlius

mùa thu hoạch

saldžiosios bulvės

khoai lang

kviečiai

lúa mì

soja

đậu nành

bulvė

khoai tây

kukurūzai

ngô

rapsai

hạt cải dầu

vaismedis

cây ăn trái

manijokas

sắn

grūdai

ngũ cốc

namas
nhà

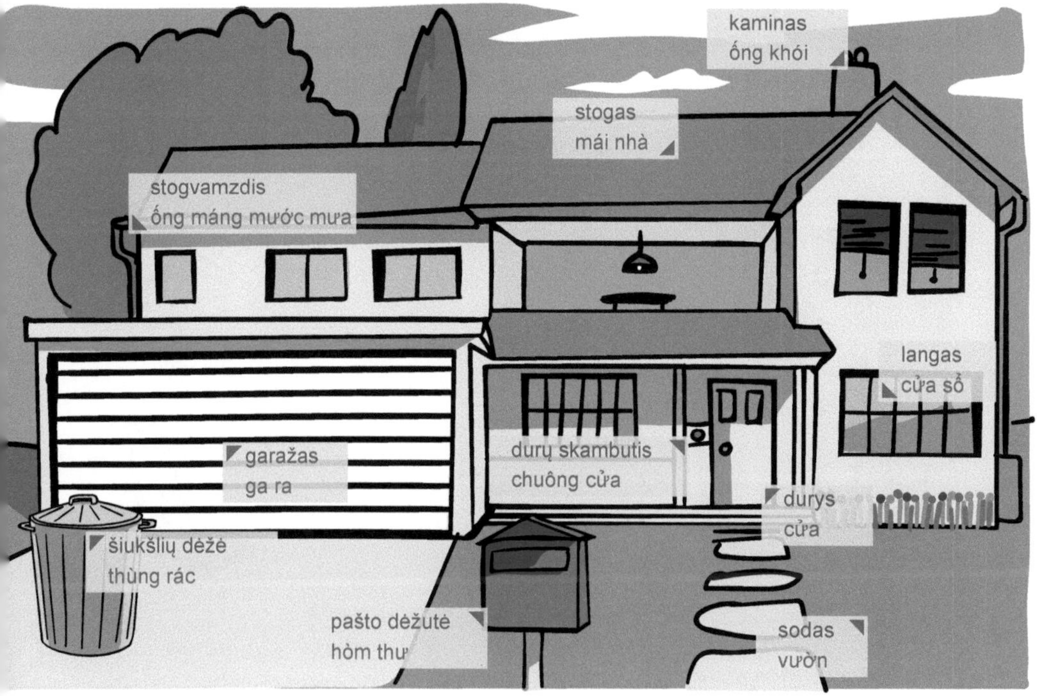
kaminas
ống khói
stogas
mái nhà
stogvamzdis
ống máng mước mưa
langas
cửa sổ
garažas
ga ra
durų skambutis
chuông cửa
durys
cửa
šiukšlių dėžė
thùng rác
pašto dėžutė
hòm thư
sodas
vườn

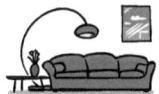

svetainė

phòng khách

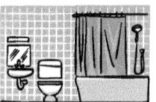

vonios kambarys

phòng tắm

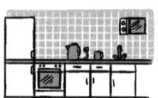

virtuvė

bếp

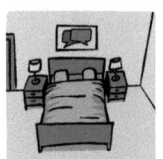

miegamasis

phòng ngủ

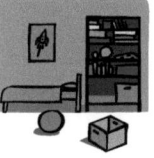

vaiko kambarys

phòng trẻ em

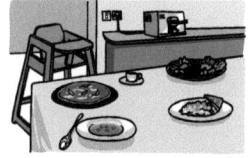

valgomasis

phòng ăn

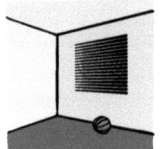

grindys

nền nhà

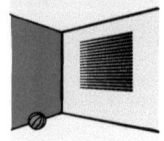

siena

tường

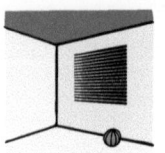

lubos

trần nhà

rūsys

tầng hầm

sauna

tắm hơi

balkonas

ban công

terasa

sân hiên

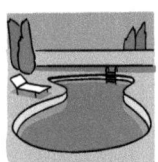

baseinas

bể bơi

žoliapjovė

máy cắt cỏ

paklodė

khăn trải giường

lovatiesė

khăn trải giường

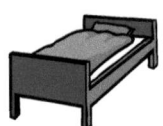

lova

giường

šluota

chổi

kibiras

cái xô

jungiklis

công tắc điện

svetainė
phòng khách

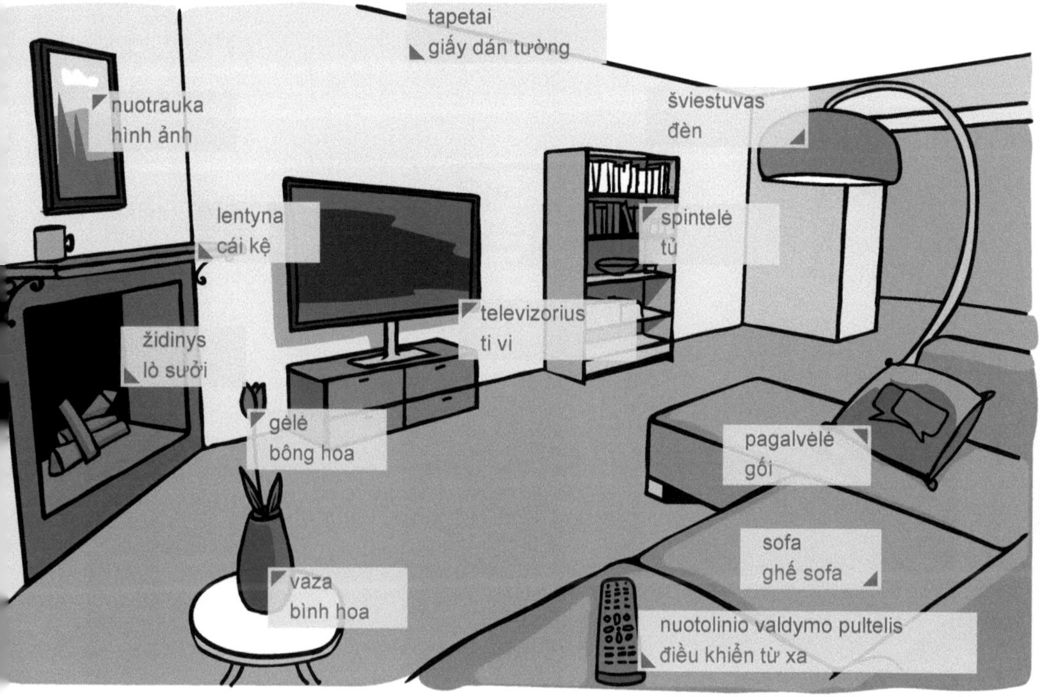
tapetai
giấy dán tường
nuotrauka
hình ảnh
šviestuvas
đèn
lentyna
cái kệ
spintelė
tủ
televizorius
ti vi
židinys
lò sưởi
gėlė
bông hoa
pagalvėlė
gối
sofa
ghế sofa
vaza
bình hoa
nuotolinio valdymo pultelis
điều khiển từ xa

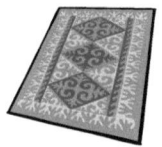

kilimas

thảm

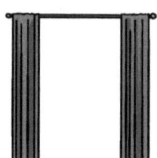

užuolaida

rèm

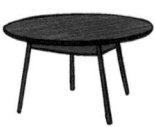

stalas

cái bàn

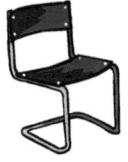

kėdė

ghế

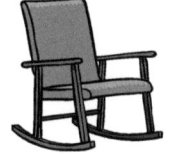

supamasis krėslas

ghế bập bênh

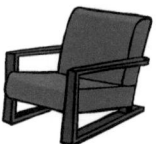

fotelis

ghế bành

knyga

sách

antklodė

cái chăn

papuošimai

đồ trang trí

malkos

củi

filmas

phim

stereo aparatūra

máy hi-fi

raktas

chìa khóa

laikraštis

báo

paveikslas

bức tranh

plakatas

áp phích

radijas

radio

užrašų knygelė

sổ ghi chép

dulkių siurblys

máy hút bụi

kaktusas

cây xương rồng

žvakė

cây nến

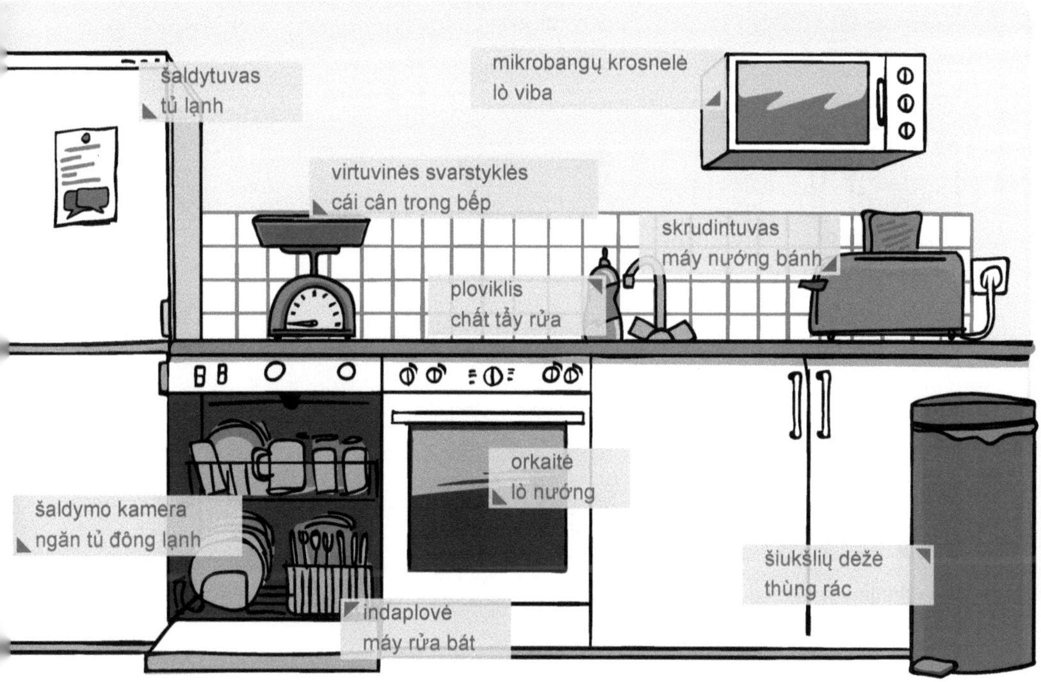

šaldytuvas
tủ lạnh

mikrobangų krosnelė
lò viba

virtuvinės svarstyklės
cái cân trong bếp

skrudintuvas
máy nướng bánh

ploviklis
chất tẩy rửa

šaldymo kamera
ngăn tủ đông lạnh

orkaitė
lò nướng

šiukšlių dėžė
thùng rác

indaplovė
máy rửa bát

viryklė
lò nấu

puodas
nồi

ketaus puodas
nồi sắt

„wok" keptuvė
chảo

keptuvė
chảo

virdulys
ấm đun nước

garų puodas

nồi đun hơi

kepimo skarda

khay lò nướng

porceliano indai

bát đĩa

puodelis

cốc

dubuo

cái bát

valgomosios lazdelės

đũa

samtis

cái vá

mentelė

bàn xẻng

plaktuvas

que đánh kem

koštuvas

rây dùng trong bếp

sietas

cái rây lọc

trintuvė

cái nạo

grūstuvė

vữa

kepsninė

vỉ nướng

atvira liepsna

ngọn lửa trần

pjaustymo lentelė

cái thớt

kočėlas

trục cán bột

kamščiatraukis

cái mở nút chai

skardinė

vỏ đồ hộp

skardinių atidarytuvas

cái mở vỏ đồ hộp

puodkėlė

miếng nhắc nồi

kriauklė

bồn rửa bát

šepetys

bàn chải

kempinė

miếng xốp

trintuvas

máy xay

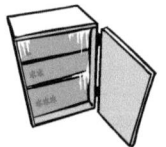

šaldiklis

tủ đông lạnh

kūdikių buteliukas

bình sữa cho trẻ sơ sinh

čiaupas

vòi nước

vonios kambarys
phòng tắm

šildymas
lò sưởi
rankšluostis
khăn lau
dušas
vòi hoa sen
dušo užuolaidos
rèm che ngăn tắm
vonios putos
tắm bọt
vonia
bồn tắm
stiklinė
cốc thủy tinh
skalbimo mašina
máy giặt
čiaupas
vòi nước
plytelės
gạch lát
naktinis puodukas
cái bô
kriauklė
bồn rửa bát

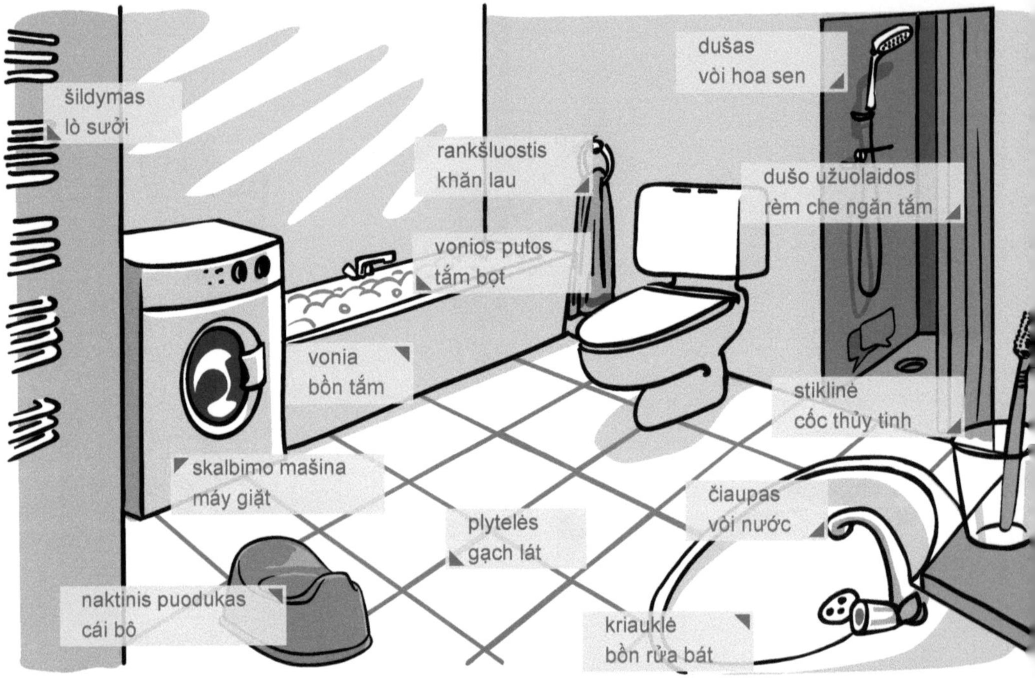

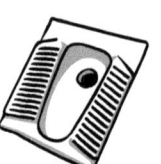

unitazas

bồn cầu

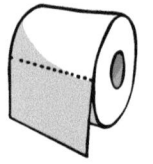

tupimasis unitazas

bồn cầu ngồi xổm

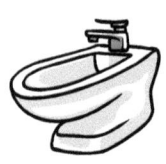

bidė

bồn rửa hậu môn

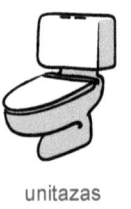

pisuaras

bồn tiểu tiện

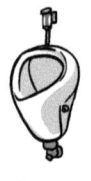

tualetinis popierius

giấy vệ sinh

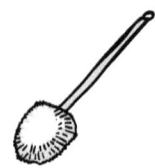

unitazo šepetys

bàn chải cọ bồn cầu

dantų šepetėlis

bàn chải đánh răng

dantų pasta

kem đánh răng

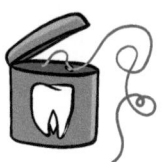

dantų siūlas

chỉ nha khoa

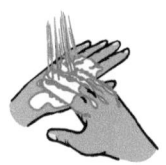

plauti

rửa

dušo galvutė

vòi sen cầm tay

higieninis dušas

vòi rửa hậu môn

praustuvas

bồn rửa

nugaros plaušinė

bàn chải cọ lưng

muilas

xà phòng

dušo želė

sữa tắm

šampūnas

dầu gội

plaušinė

khăn cọ để tắm

kanalizacija

lỗ thoát nước

kremas

kem

dezodorantas

chất khử mùi

veidrodis

gương

veidrodėlis

gương tay

skustuvas

dao cạo râu

skutimosi putos

kem cạo râu

losjonas po skutimosi

nước thơm dùng sau khi
cạo râu

šukos

cái lược

šepetys

bàn chải

plaukų džiovintuvas

máy xấy tóc

plaukų lakas

keo xịt tóc

makiažas

đồ trang điểm

lūpdažis

thỏi son môi

nagų lakas

sơn bôi móng

vata

bông

žirklutės nagams

kéo cắt móng

kvepalai

nước hoa

maišelis skalbiniams

túi đựng đồ tắm

taburetė

ghế đầu

svarstyklės

cái cân

chalatas

áo choàng tắm

guminės pirštinės

găng tay làm vệ sinh

tamponas

nút gạc

higieninis įklotas

băng vệ sinh

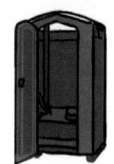

biotualetas

nhà vệ sinh hóa chất

vaiko kambarys

phòng trẻ em

žadintuvas
đồng hồ báo thức
pliušinis žaislas
thú bông
žaislinė mašinėlė
xe đồ chơi
barškutis
cái lúc lắc
lėlės namelis
nhà búp bê
dovana
món quà

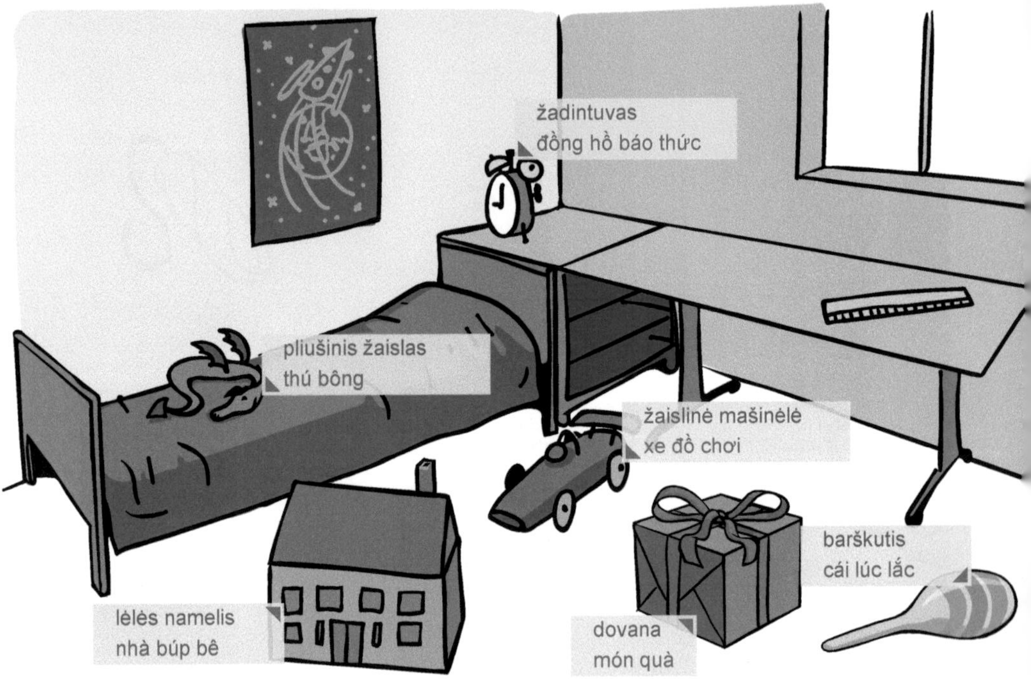

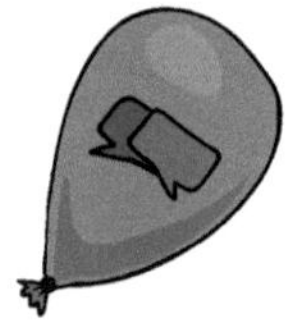

balionas

bong bóng

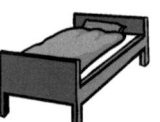

lova

giường

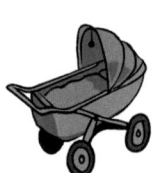

vaikiškas vežimėlis

xe nôi

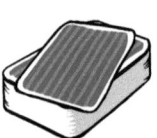

kortų malka

trò chơi bài

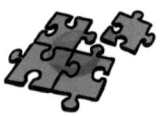

delionė

trò chơi ghép hình

SUPER MEGA

komiksai

truyện tranh

lego kaladėlės

gạch Lego

žaislinės kaladėlės

khối xếp hình

figūrėlė

nhân vật hành động

šliaužtinukai

áo liền quần cho trẻ sơ sinh

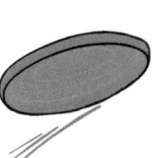

mėtymo lėkštė

đĩa nhựa để ném

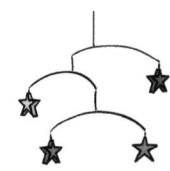

karuselė

đồ chơi treo trên giường

stalo žaidimas

trò chơi cờ bàn

kauliukai

xúc xắc

žaislinis traukinys

đồ chơi xe lửa mô hình

žindukas

ti giả

vakarėlis

buổi tiệc

paveiksliukų knygelė

sách tranh

kamuolys

quả bóng

lėlė

búp bê

žaisti

chơi

smėlio dėžė

hố cát

sūpynės

cái đu

žaislai

đồ chơi

žaidimų konsolė

máy chơi game cầm tay

triratukas

xe ba bánh

meškiukas

gấu bông

drabužių spinta

tủ quần áo

drabužis

y phục

kojinės

bít tất

kojinės virš kelių

bít tất dài

pėdkelnės

quần tất

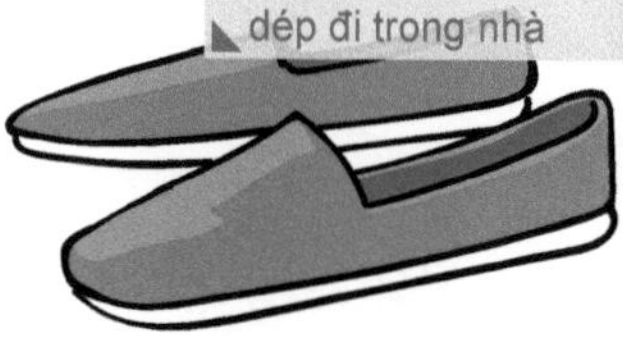

šalikas
khăn choàng cổ

dižas
dây thắt lưng

skėtis
ô che mưa

marškinėliai
áp phông

ilgaauliai batai
ủng

šlepetės
dép đi trong nhà

sportbačiai
giày sneaker

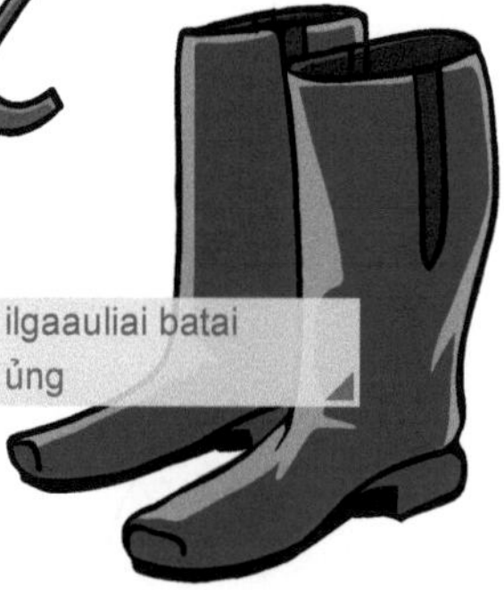

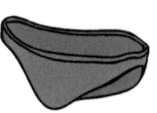
sandalai
·················
dép xăng đan

batai
·················
giày

guminiai batai
·················
ủng cao su

trumpikės
·················
quần lót

liemenėlė
·················
áo ngực

liemenė
·················
áo vest

glaustinukė

áo ôm sát cơ thể

kelnės

quần dài

džinsai

quần bò

sijonas

váy

palaidinė

áo cánh

marškiniai

áo sơ mi

megztinis

áo len chui đầu

megztinis su gobtuvu

áo len

švarkelis

áo blazer

švarkas

áo jacket

paltas

áo khoác

lietpaltis

áo mưa

kostiumas

trang phục

suknelė

áo váy

vestuvinė suknelė

áo cưới

kostiumas

bộ com lê

naktiniai marškiniai

áo ngủ

pižama

pijama

saris

trang phục sari

skarelė

khăn trùm đầu

tiurbanas

khăn đội đầu

burka

áo burka

kaftanas

áo captan

abaja

áo aba

maudymosi kostiumėlis

quần áo bơi

glaudės

quần bơi

šortai

quần đùi

sportinis kostiumas

quần áo tracksuit

prijuostė

tạp dề

pirštinės

găng tay

saga

cái cúc

akiniai

kính mắt

apyrankė

vòng đeo tay

vėrinys

vòng cổ

žiedas

nhẫn

auskaras

hoa tai

kepurė

mũ lưỡi trai

pakabas

cái mắc treo áo quần

skrybėlė

mũ

kaklaraištis

cà vạt

užtrauktukas

dây kéo phéc mơ tuya

šalmas

mũ bảo hiểm

breketai

dây đeo quần

mokyklinė uniforma

đồng phục học sinh

uniforma

đồng phục

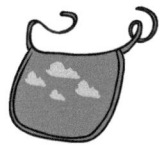

seilinukas

yếm trẻ em

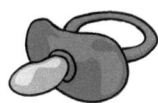

žindukas

ti giả

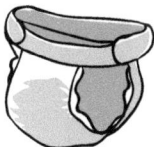

vystyklai

tã lót

biuras
văn phòng

serveris
máy chủ
dokumentų spinta
tủ hồ sơ
popierius
giấy
spausdintuvas
máy in
vaizduoklis
màn hình
rašomasis stalas
bàn làm việc
pelė
chuột máy tính
aplankas
thư mục
klaviatūra
bàn phím
šiukšliadėžė
thùng rác giấy
kompiuteris
máy tính
kėdė
ghế

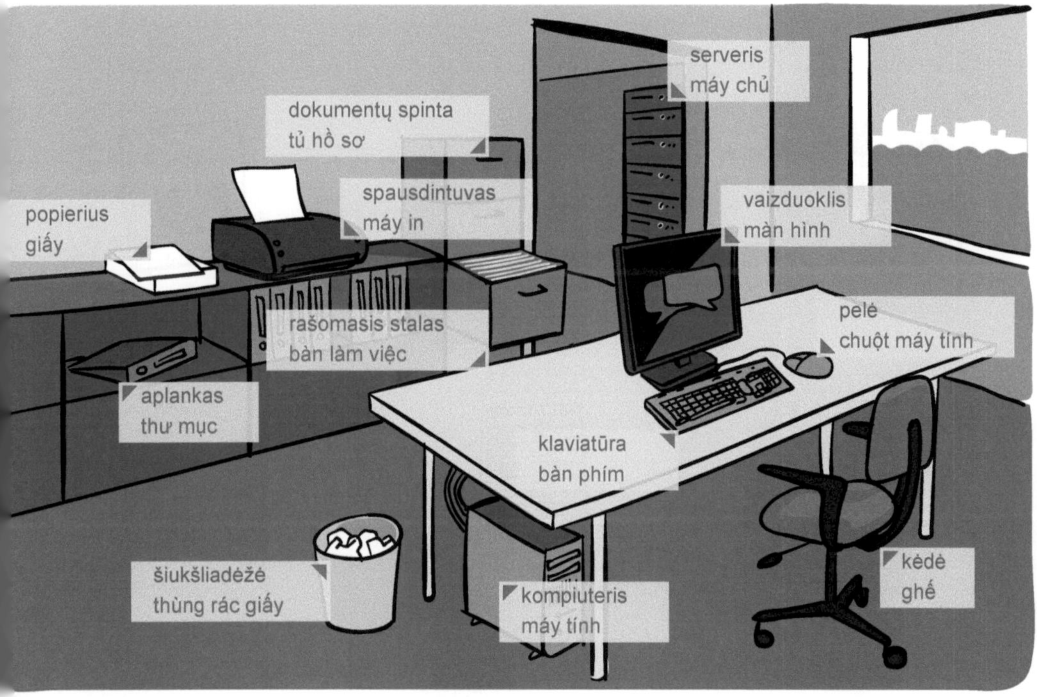

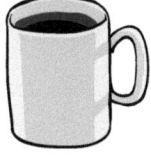

kavos puodelis

cốc cà phê

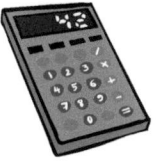

kalkuliatorius

máy tính bỏ túi

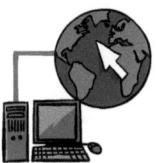

internetas

internet

nešiojamasis kompiuteris

laptop

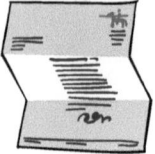

laiškas

thư

žinutė

tin nhắn

mobilusis telefonas

điện thoại di động

tinklas

mạng

fotokopijavimo aparatas

máy photocopy

programinė įranga

phần mềm

telefonas

điện thoại

kištukinis lizdas

ổ cắm điện

faksas

máy fax

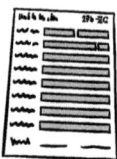

forma

mẫu đơn

dokumentas

chứng từ

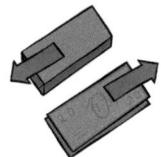

pirkti

mua

mokėti

trả tiền

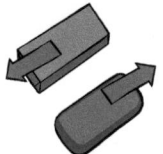

prekiauti

buôn bán

pinigai

tiền

doleris

đô la

euras

Euro

jena

yên

rublis

rúp

Šveicarijos frankas

franc Thụy Sĩ

juanis

nhân dân tệ

rupija

rupi

bankomatas

máy rút tiền tự động

valiutos keitykla

quầy đổi tiền

auksas

vàng

sidabras

bạc

nafta

dầu

energija

năng lượng

kaina

giá tiền

sutartis

hợp đồng

mokestis

thuế

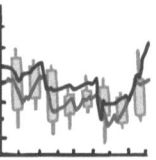

akcijos

cổ phiếu

dirbti

làm việc

darbuotojas

nhân viên

darbdavys

chủ lao động

gamykla

nhà máy

parduotuvė

cửa hiệu

profesijos
nghề nghiệp

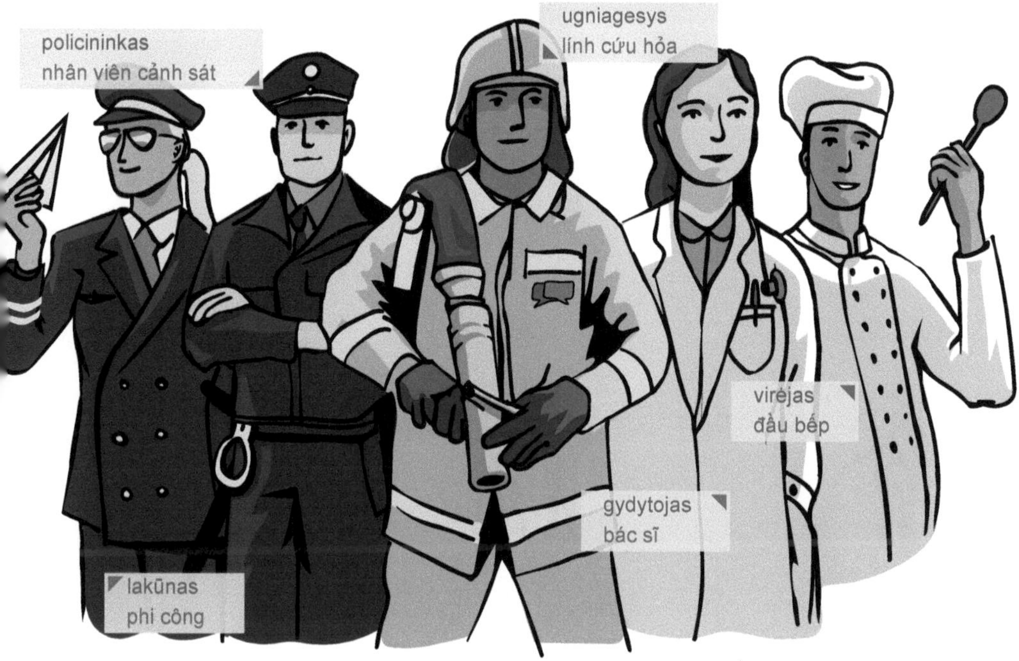
policininkas
nhân viên cảnh sát
ugniagesys
lính cứu hỏa
virėjas
đầu bếp
gydytojas
bác sĩ
lakūnas
phi công

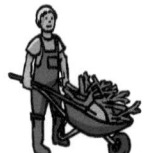

sodininkas

người làm vườn

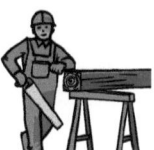

stalius

thợ mộc

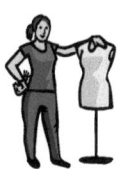

siuvėja

thợ may

teisėjas

chánh án

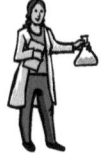

chemikas

nhà hóa học

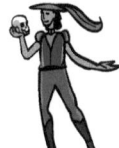

aktorius

diễn viên

autobuso vairuotojas

tài xế xe buýt

taksi vairuotojas

người lái taxi

žvejys

ngư dân

valytoja

người lau dọn vệ sinh

stogdengys

thợ lợp mái nhà

padavėjas

bồi bàn

medžiotojas

thợ săn

dailininkas

họa sĩ

kepėjas

thợ làm bánh

elektrikas

thợ điện

statybininkas

thợ xây dựng

inžinierius

kỹ sư

mėsininkas

người hàng thịt

santechnikas

thợ sửa ống nước

paštininkas

người đưa thư

kareivis

người lính

architektas

kiến trúc sư

kasininkas

nhân viên thu ngân

gėlininkas

người bán hoa

kirpėjas

thợ cắt tóc

konduktorius

nhân viên soát vé

mechanikas

thợ cơ khí

kapitonas

thuyền trưởng

odontologas

nha sĩ

mokslininkas

nhà khoa học

rabinas

giáo sĩ Do thái

imamas

lãnh tụ Hồi giáo

vienuolis

nhà sư

kunigas

mục sư

įrankiai
dụng cụ

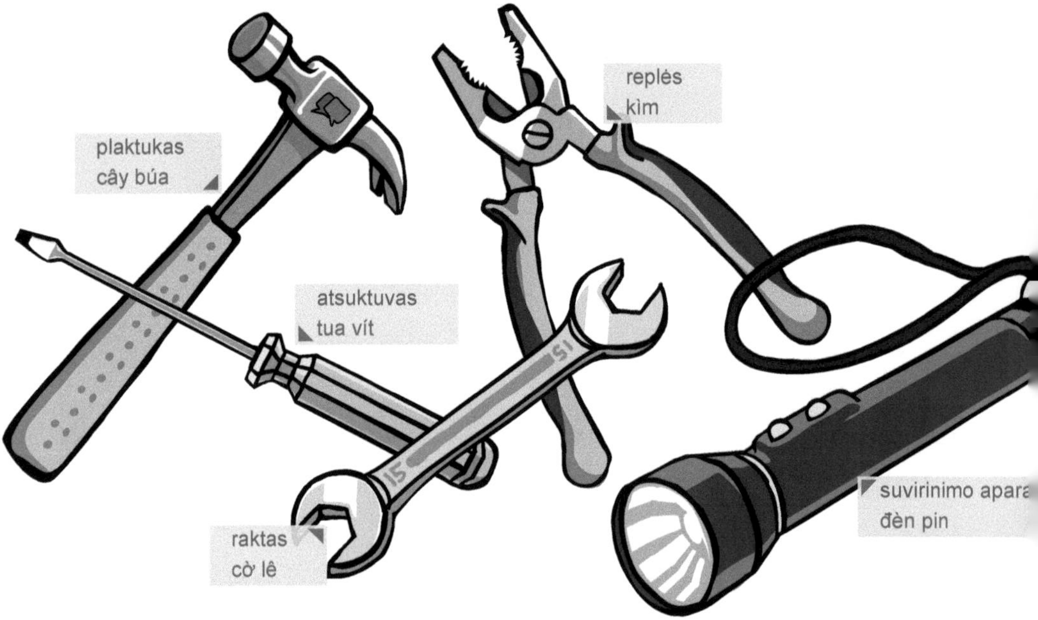

plaktukas
cây búa
replės
kìm
atsuktuvas
tua vít
raktas
cờ lê
suvirinimo apara
đèn pin

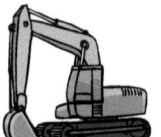

ekskavatorius

máy xúc đất

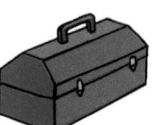

įrankių dėžė

hộp dụng cụ

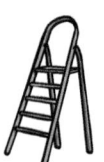

kopėčios

cái thang

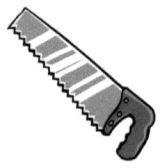

pjūklas

cưa

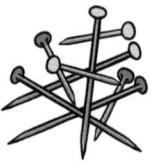

vinys

đinh

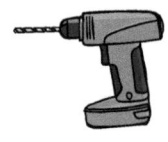

grąžtas

máy khoan

taisyti

sửa chữa

kastuvas

cái xẻng

Velniava!

khốn nạn!

semtuvėlis

cái hót rác

dažų skardinė

thùng sơn

varžtai

vít

muzikos instrumentai
nhạc cụ

garsiakalbis
loa

būgnų rinkinys
bộ trống

gitara
đàn ghi ta

kontrabosas
đàn công tra bát

trimitas
kèn trompet

pianinas

đàn piano

smuikas

đàn vĩ cầm

bosinė gitara

ghi ta bass

timpanas

trống định âm

būgnai

trống

sintezatorius

đàn organ

saksofonas

kèn Saxophone

fleita

sáo

mikrofonas

micro

zoologijos sodas
vườn bách thú

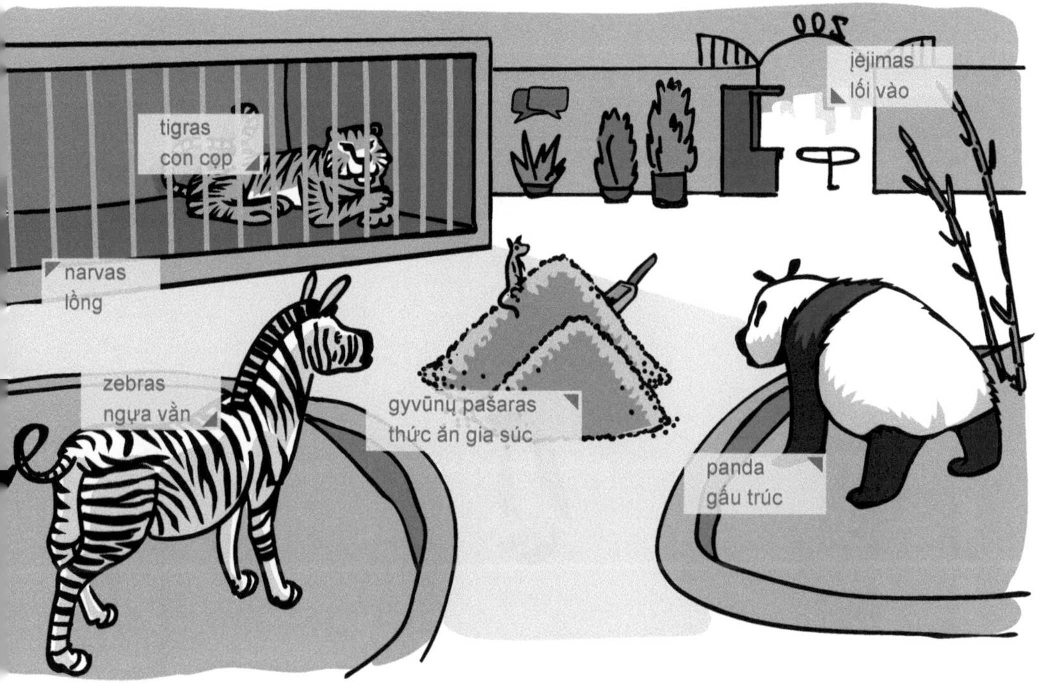

įėjimas
lối vào
tigras
con cọp
narvas
lồng
zebras
ngựa vằn
gyvūnų pašaras
thức ăn gia súc
panda
gấu trúc

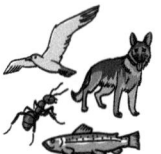

gyvūnai

động vật

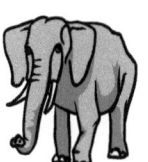

dramblys

con voi

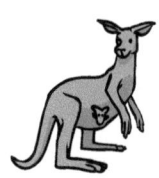

kengūra

chuột túi

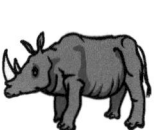

raganosis

tê giác

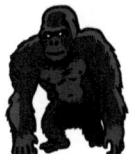

gorila

khỉ đột

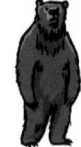

meška

con gấu

kupranugaris

lạc đà

strutis

đà điểu

liūtas

sư tử

beždžionė

con khỉ

flamingas

hồng hạc

papūga

con vẹt

baltoji meška

gấu bắc cực

pingvinas

chim cánh cụt

ryklys

cá mập

povas

con công

gyvatė

con rắn

krokodilas

cá sấu

zoologijos sodo prižiūrėtojas

người trông giữ vườn bách
thú

ruonis

hải cẩu

jaguaras

báo đốm

ponis

ngựa lùn

leopardas

con báo

begemotas

hà mã

žirafa

hươu cao cổ

erelis

đại bàng

šernas

heo rừng

žuvis

cá

vėžlys

con rùa

vėplys

hải mã

lapė

con cáo

gazelė

linh dương

amerikietiškas futbolas
bóng bầu dục Mỹ

dviračių sportas
đua xe đạp

tenisas
quần vợt

krepšinis
bóng rổ

plaukimas
bơi

boksas
đấm bốc

ledo ritulys
khúc côn cầu trên băng

futbolas
bóng đá

badmintonas
cầu lông

atletika
điền kinh

rankinis
bóng ném

slidinėjimas
trượt tuyết

polas
polo

užsiėmimai
các hoạt động

juoktis
cười
šokinėti
nhảy
apkabinti
ôm
vaikščioti
đi bộ
dainuoti
ca hát
svajoti
mơ
melstis
cầu nguyện
bučiuoti
hôn

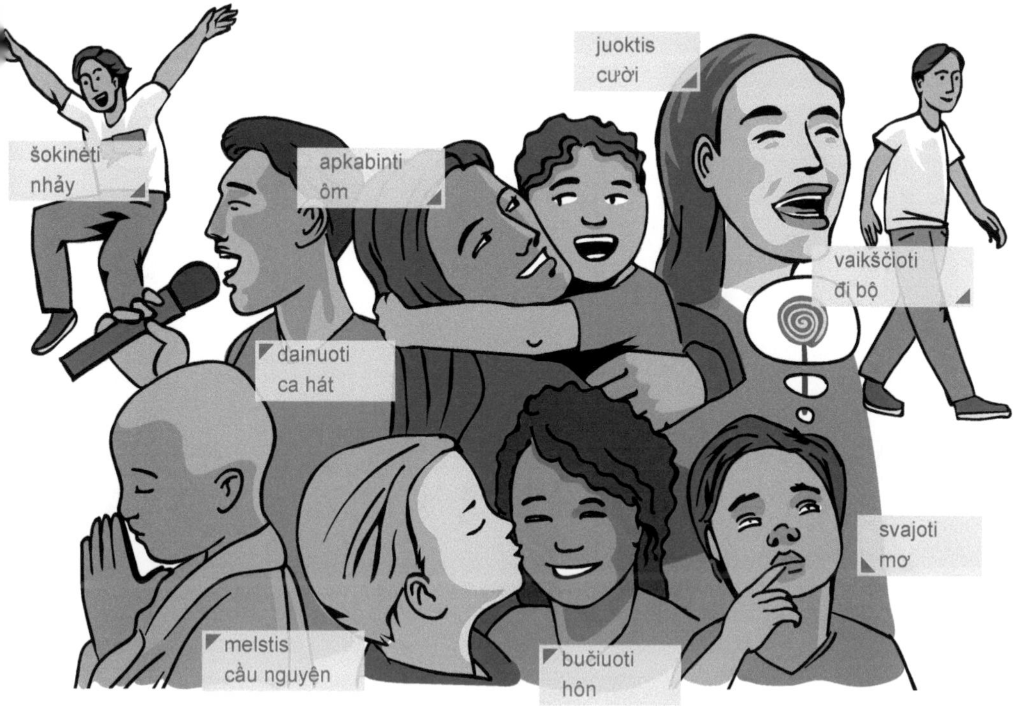

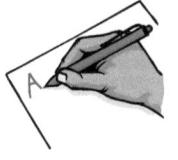

rašyti

viết

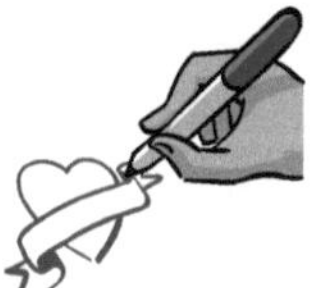

piešti

vẽ

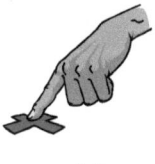

rodyti

chỉ trỏ

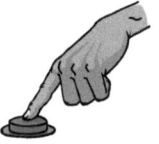

stumti

đẩy

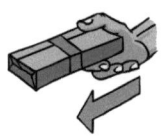

duoti

cho

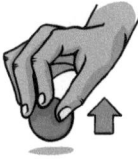

imti

lấy đi

turėti

có

daryti

làm

būti

thì / là

stovėti

đứng

bėgti

chạy

traukti

kéo

mesti

ném

kristi

rơi

meluoti

nằm

laukti

chờ đợi

nešti

mang vác

sėdėti

ngồi

rengtis

mặc quần áo

miegoti

ngủ

pabusti

thức dậy

64   užsiėmimai - các hoạt động

žiūrėti

xem

verkti

khóc

glostyti

vuốt ve

šukuoti

chải

kalbėti

nói chuyện

suprasti

hiểu

paklausti

câu hỏi

klausytis

nghe

gerti

uống

valgyti

ăn

tvarkytis

dọn dẹp

mylėti

yêu

gaminti

nấu nướng

vairuoti

lái xe

skristi

bay

buriuoti

đi thuyền buồm

skaičiuoti

tính toán

skaityti

đọc

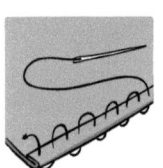

mokytis

học

dirbti

làm việc

vesti

cưới

siūti

khâu vá

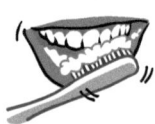

valytis dantis

đánh răng

žudyti

giết

rūkyti

hút thuốc

siųsti

gửi đi

šeima
gia đình

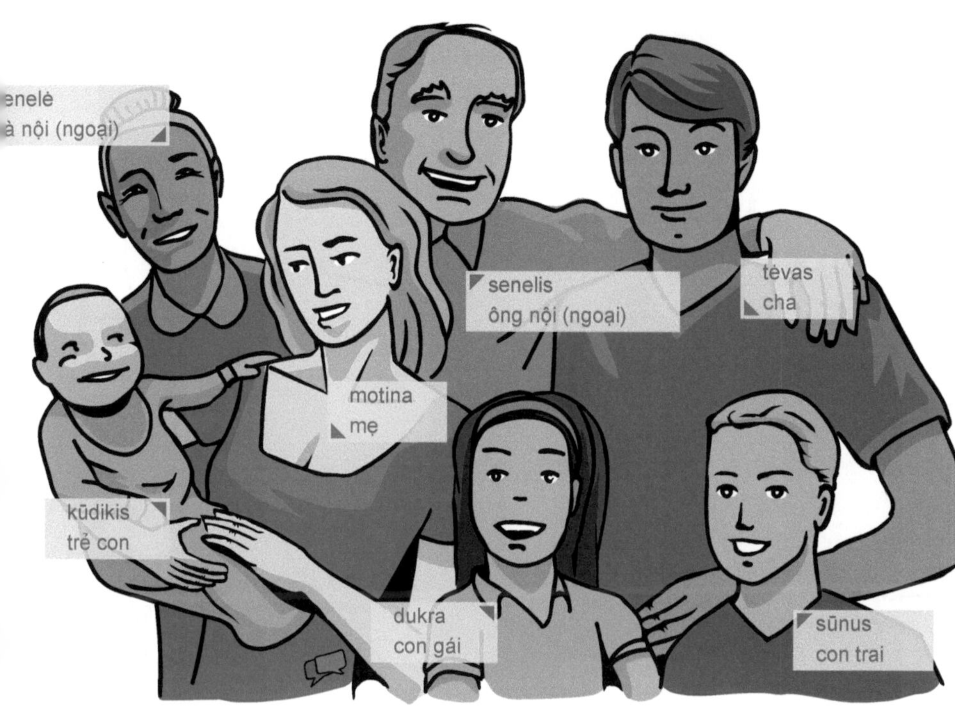

enelė
à nội (ngoại)
senelis
ông nội (ngoại)
tėvas
cha
motina
mẹ
kūdikis
trẻ con
dukra
con gái
sūnus
con trai

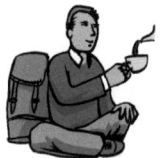

svečias

khách

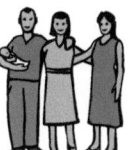

teta

cô (dì)

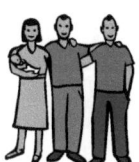

dėdė

chú, bác (cậu)

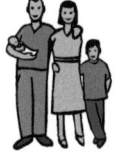

brolis

anh (em) trai

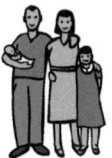

sesuo

chị (em) gái

kūnas

cơ thể

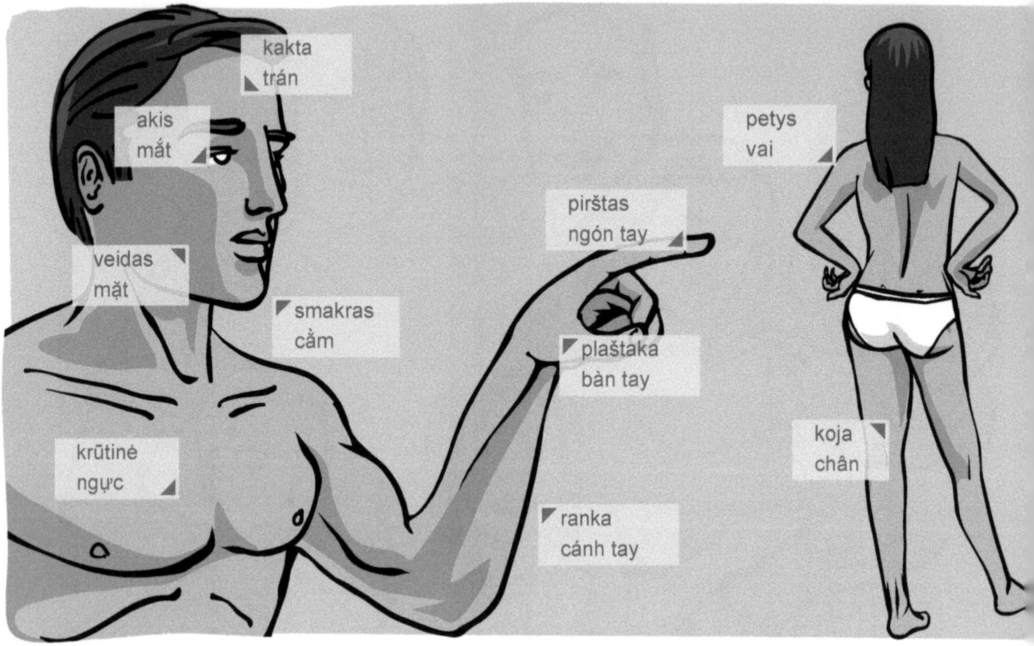
kakta
trán
akis
mắt
petys
vai
pirštas
ngón tay
veidas
mặt
smakras
cằm
plaštaka
bàn tay
koja
chân
krūtinė
ngực
ranka
cánh tay

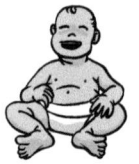

kūdikis

trẻ con

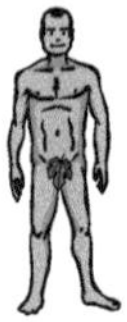

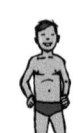

vyras

đàn ông

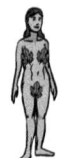

moteris

phụ nữ

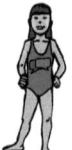

mergaitė

bé gái

berniukas

bé trai

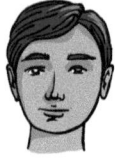

galva

đầu

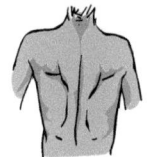

nugara

lưng

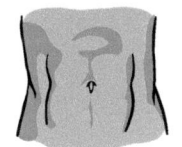

pilvas

bụng

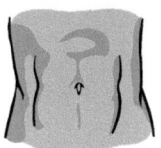

bamba

rốn

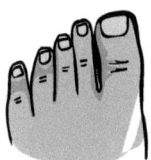

kojos pirštas

ngón chân

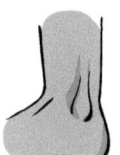

kulnas

gót chân

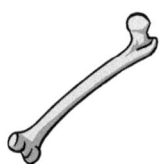

kaulas

xương

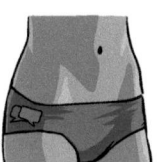

klubas

hông

kelis

đầu gối

alkūnė

khuỷu tay

nosis

mũi

sėdmenys

mông

oda

da

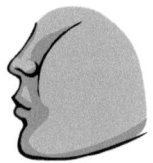

skruostas

má

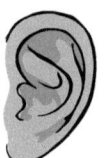

ausis

tai

lūpa

môi

kūnas - cơ thể

burna

miệng

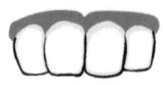

dantis

răng

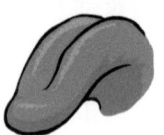

liežuvis

lưỡi

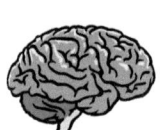

smegenys

não

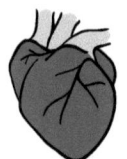

širdis

tim

raumuo

cơ bắp

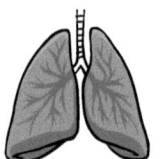

plaučiai

phổi

kepenys

gan

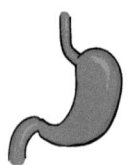

skrandis

dạ dày

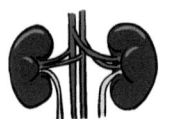

inkstai

thận

seksas

giao hợp

prezervatyvas

bao cao su

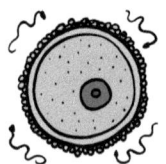

kiaušialąstė

noãn

sperma

tinh dịch

nėštumas

mang thai

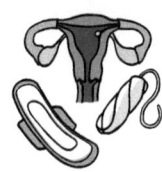

menstruacijos

kinh nguyệt

makštis

âm vật

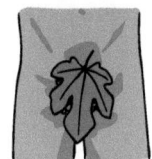

varpa

dương vật

antakis

lông mày

plaukai

tóc

kaklas

cổ

kūnas - cơ thể

ligoninė

bệnh viện

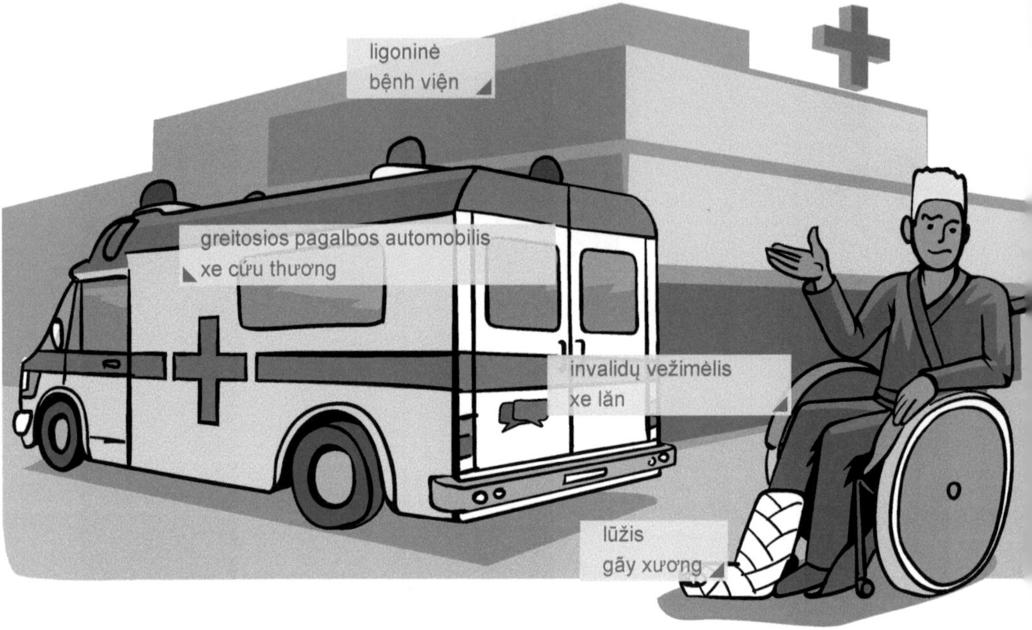

ligoninė
bệnh viện
greitosios pagalbos automobilis
xe cứu thương
invalidų vežimėlis
xe lăn
lūžis
gãy xương

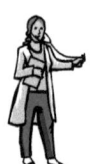

gydytojas

bác sĩ

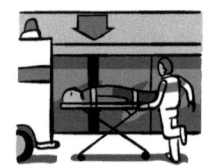

skubios pagalbos skyrius

phòng cấp cứu

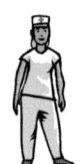

slaugytoja

y tá

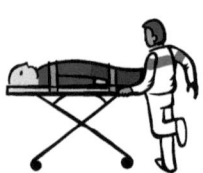

nelaimingas atsitikimas

cấp cứu

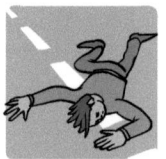

be sąmonės

bất tỉnh

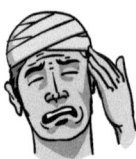

skausmas

cơn đau

sužalojimas

bị thương

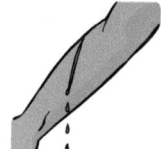

kraujavimas

chảy máu

širdies smūgis

nhồi máu cơ tim

insultas

đột quỵ

alergija

dị ứng

kosulys

ho

karščiavimas

sốt

gripas

cúm

viduriavimas

tiêu chảy

galvos skausmas

đau đầu

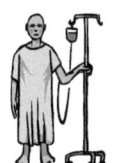

vėžys

ung thư

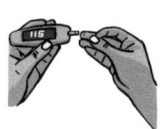

diabetas

bệnh tiểu đường

chirurgas

bác sĩ phẫu thuật

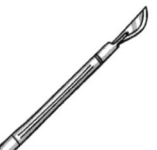

skalpelis

dao mổ

operacija

giải phẫu

KT

chụp cắt lớp

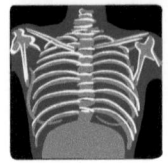

rentgenas

chụp x-quang

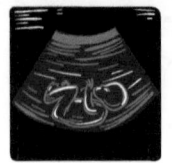

ultragarsas

siêu âm

veido kaukė

mặt nạ

liga

bệnh

laukiamasis

phòng đợi

ramentas

cái nạng

gipsas

băng dán vết thương

tvarstis

băng bó

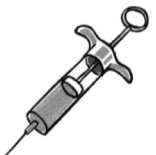

injekcija

tiêm thuốc

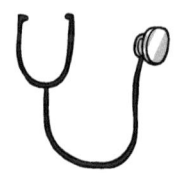

stetoskopas

ống nghe khám bệnh

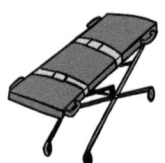

neštuvai

băng ca

termometras

nhiệt kế

gimimas

sinh đẻ

antsvoris

thừa cân

klausos aparatas

máy trợ thính

dezinfekavimo priemonė

chất khử trùng

infekcija

nhiễm trùng

virusas

vi rút

ŽIV / AIDS

HIV / AIDS

vaistas

thuốc

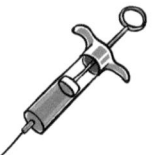

skiepijimas

tiêm chủng

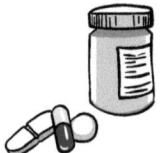

tabletės

thuốc viên

piliulė

viên thuốc

skubios pagalbos numeris

gọi cấp cứu

kraujospūdžio matuoklis

máy đo huyết áp

ligotas / sveikas

bệnh / khỏe mạnh

Padėkite!

cứu!

pavojaus signalas

báo động

užpuolimas

cuộc đột kích

ataka

sự tấn công

pavojus

mối nguy hiểm

avarinis išėjimas

lối thoát hiểm

Gaisras!

cháy!

gesintuvas

bình chữa cháy

nelaimingas atsitikimas

tai nạn

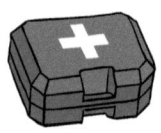

pirmosios pagalbos rinkinys

bộ dụng cụ sơ cứu

SOS

SOS

policija

cảnh sát

Europa

châu Âu

Šiaurės Amerika

Bắc Mỹ

Pietų Amerika

Nam Mỹ

Afrika

châu Phi

Azija

châu Á

Australija

châu Úc

Atlanto vandenynas

Đại Tây Dương

Ramusis vandenynas

Thái Bình Dương

Indijos vandenynas

Ấn Độ Dương

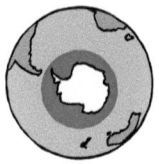

Pietų vandenynas

Nam Cực Dương

Arkties vandenynas

Bắc Băng Dương

Šiaurės ašigalis

bắc cực

Pietų ašigalis

nam cực

Antarktida

nam cực

Žemė

trái đất

sausuma

đất liền

jūra

biển

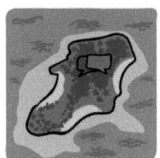

sala

đảo

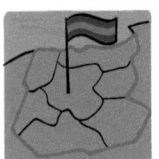

tauta

quốc gia

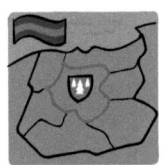

valstybė

nhà nước

ciferblatas

mặt đồng hồ

valandinė rodyklė

kim chỉ giờ

minutinė rodyklė

kim chỉ phút

sekundinė rodyklė

kim chỉ giây

Kiek valandų?

Bây giờ là mấy giờ?

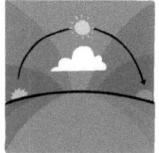

diena

ngày

laikas

thời gian

dabar

bây giờ

skaitmeninis laikrodis

đồng hồ điện tử

minutė

phút

valanda

giờ

savaitė
tuần lễ

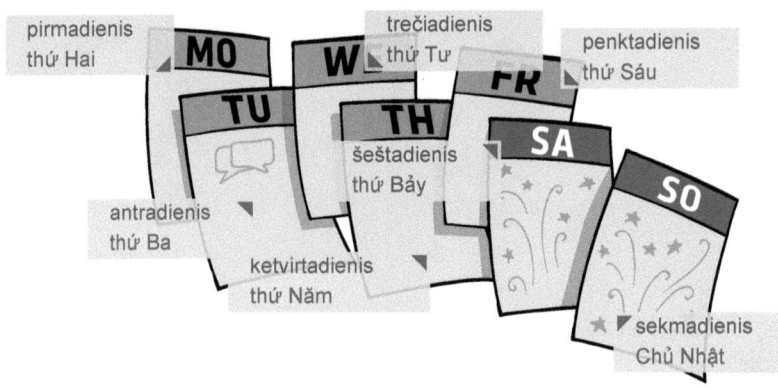

pirmadienis
thứ Hai

trečiadienis
thứ Tư

penktadienis
thứ Sáu

šeštadienis
thứ Bảy

antradienis
thứ Ba

ketvirtadienis
thứ Năm

sekmadienis
Chủ Nhật

vakar

hôm qua

šiandien

hôm nay

rytoj

ngày mai

rytas

buổi sáng

vidurdienis

buổi trưa

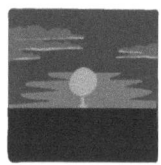

vakaras

buổi tối

darbo dienos

ngày làm việc

savaitgalis

cuối tuần

metai
năm

lietus
mưa
vaivorykštė
cầu vồng
sniegas
tuyết
vėjas
gió
pavasaris
mùa xuân
ruduo
mùa thu
vasara
mùa hè
žiema
mùa đông

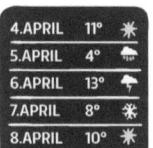

4.APRIL 11°
5.APRIL 4°
6.APRIL 13°
7.APRIL 8°
8.APRIL 10°

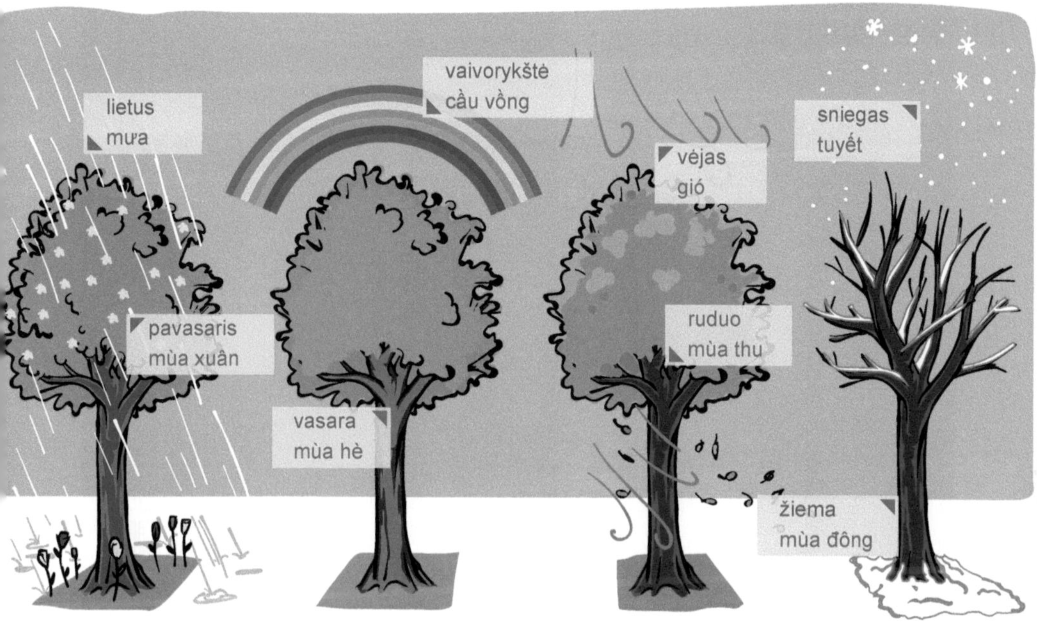

orų prognozė

dự báo thời tiết

F C
120 40
90 30
60 20
30 10
0 0
-30 -10
-20

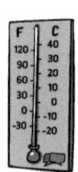

lauko termometras

nhiệt kế

saulės šviesa

ánh nắng

debesis

mây

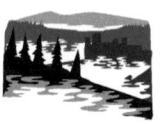

rūkas

sương mù

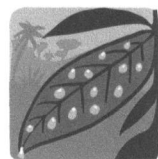

drėgmė

độ ẩm không khí

žaibas

tia chớp

griaustinis

sấm sét

audra

cơn bão

kruša

mưa đá

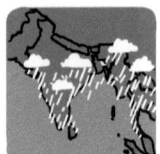

musonas

gió mùa

potvynis

lũ lụt

ledas

nước đá

sausis

tháng Một

vasaris

tháng Hai

kovas

tháng Ba

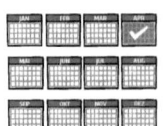

balandis

tháng Tư

gegužė

tháng Năm

birželis

tháng Sáu

liepa

tháng Bảy

rugpjūtis

tháng Tám

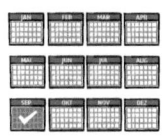

rugsėjis

tháng Chín

spalis

tháng Mười

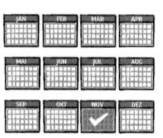

lapkritis

tháng Mười Một

gruodis

tháng Mười Hai

formos

hình dạng

apskritimas

hình tròn

kvadratas

hình vuông

stačiakampis

hình chữ nhật

trikampis

hình tam giác

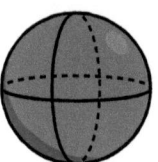

sfera

hình cầu

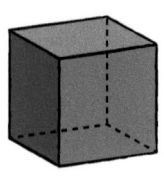

kubas

khối vuông

balta

màu trắng

geltona

màu vàng

oranžinė

màu cam

rožinė

màu hồng

raudona

màu đỏ

violetinė

màu tím

mėlyna

màu xanh dương

žalia

màu xanh lá cây

ruda

màu nâu

pilka

màu xám

juoda

màu đen

daug / mažai

nhiều / ít

piktas / ramus

tức tối / điềm tĩnh

gražus / bjaurus

xinh đẹp / xấu xí

pradžia / pabaiga

bắt đầu / kết thúc

didelis / mažas

to / nhỏ

šviesus / tamsus

sáng / tối

brolis / sesuo

anh (em) trai / chị (em) gái

švarus / purvinas

sạch / bẩn

užbaigtas / neužbaigtas

đủ / thiếu

diena / naktis

ngày / đêm

miręs / gyvas

chết / sống

platus / siauras

rộng / chật hẹp

valgomas / nevalgomas

ăn được / không ăn được

piktas / malonus

ác / tử tế

linksmas / nuobodus

hào hứng / chán nản

storas / plonas

béo / gầy

pirmiausia / paskiausia

đầu tiên / cuối cùng

draugas / priešas

bạn / thù

pilnas / tuščias

đầy / rỗng

kietas / minkštas

cứng / mềm

sunkus / lengvas

nặng / nhẹ

alkis / troškulys

đói / khát

ligotas / sveikas

bệnh / khỏe mạnh

nelegalus / legalus

bất hợp pháp / hợp pháp

protingas / kvailas

thông minh / ngu

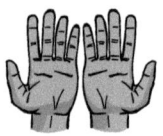

kairė / dešinė

trái / phải

arti / toli

gần / xa

naujas / naudotas
mới / cũ

niekas / kažkas
không có gì cả / có cái gì đó

senas / jaunas
già / trẻ

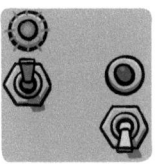

įjungta / išjungta
bật / tắc

atidaryta / uždaryta
mở / đóng

tylus / garsus
im lặng / ồn ào

turtingas / vargšas
giàu / nghèo

teisus / neteisus
đúng / sai

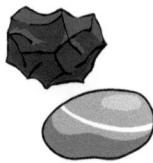

šiurkštus / švelnus
sần sùi / mịn màng

liūdnas / laimingas
buồn / vui

trumpas / ilgas
ngắn / dài

lėtas / greitas
chậm / nhanh

drėgnas / sausas
ẩm ướt / khô ráo

šiltas / šaltas
ấm áp / mát mẻ

karas / taika
chiến tranh / hòa bình

0

nulis

số không

1

vienas

một

2

du

hai

3

trys

ba

4

keturi

bốn

5

penki

năm

6

šeši

sáu

7

septyni

bảy

8

aštuoni

tám

9

devyni

chín

10

dešimt

mười

11

vienuolika

mười một

12

dvylika

mười hai

13

trylika

mười ba

14

keturiolika

mười bốn

15

penkiolika

mười lăm

16

šešiolika

mười sáu

17

septyniolika

mười bảy

18

aštuoniolika

mười tám

19

devyniolika

mười chín

20

dvidešimt

hai mươi

100

šimtas

một trăm

1.000

tūkstantis

một ngàn

1.000.000

milijonas

một triệu

anglų

tiếng Anh

amerikiečių anglų

tiếng Anh Mỹ

kinų (mandarinų)

tiếng Quan Thoại

hindi

tiếng Hin-di

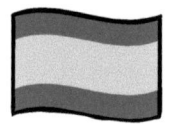

ispanų

tiếng Tây Ban Nha

prancūzų

tiếng Pháp

arabų

tiếng Ả-rập

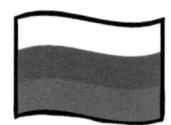

rusų

tiếng Nga

portugalų

tiếng Bồ Đào Nha

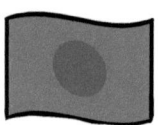

bengalų

tiếng Bengal

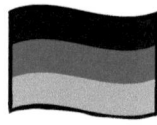

vokiečių

tiếng Đức

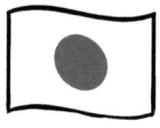

japonų

tiếng Nhật

aš

tôi

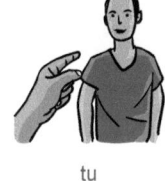

tu

bạn

jis / ji

anh ta / cô ta / nó

mes

chúng tôi

jūs

các bạn

jie

họ

kas?

ai?

ką?

cái gì?

kaip?

như thế nào?

kur?

ở đâu?

kada?

lúc nào?

vardas

tên

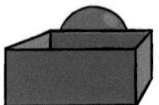

už
....
phía sau

kur (vieta)
....
ở trong

priešais
....
phía trước

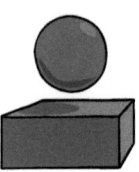

virš
....
phía trên

ant
....
ở trên

po
....
ở dưới

prie
....
bên cạnh

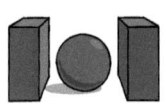

tarp
....
ở giữa

vieta
....
chỗ